Pan de Sal Saves the Day

A Filipino Children's Story

BILINGUAL ENGLISH AND TAGALOG EDITION

Norma Olizon-Chikiamco
illustrations by **Mark Salvatus**

TUTTLE Publishing

Tokyo | Rutland, Vermont | Singapore

Of all the kids in school, Pan de Sal felt that she was the unluckiest. She did not like the way she looked. Her skin was too dark, she hated her flat nose, and she found her oblong face weird. Besides, whoever heard of a girl being named Pan de Sal anyway?

How she envied her classmates! There was Croissant, with her golden brown skin, tall nose, and curves in all the right places. And there was Danish, who looked so fair and neat, with beauty marks here and there that reminded Pan de Sal of sweet raisins. Muffin's skin was brown too, but unlike Pan de Sal's, it had a luster that glowed and made her look so attractive. Many people in school liked Muffin because she was so sweet.

Some people thought Doughnut had a rather odd shape. But it didn't matter because he always impressed people with his rich wardrobe. Sometimes he came to school all in white, much like the

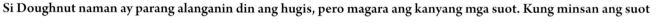

Sa lahat ng mga bata sa eskuwela, sa palagay ni Pan de Sal siya na yata ang pinakamalas. Napapangitan siya sa kanyang kutis na kayumanggi, ilong na pango at mukhang hugis na oblong. At sino ba naman ang nakarinig ng batang pinangalanang Pan de Sal?

Naiingit siya sa kanyang mga kaklase: kay Croissant na may kutis na parang ginto, matangos na ilong at may magandang katawan. Nariyan din si Danish, na maputi at may magagandang nunal na parang pasas. Si Muffin naman ay kayumanggi rin pero siya ay para bang kumikislap kaya't magandang tingnan.

Si Doughnut naman ay parang alanganin din ang hugis, pero magara ang kanyang mga suot. Kung minsan ang suot

frosting on a cake. At other times Doughnut wore chocolate-colored outfits, or clothes the shade of strawberry milkshake.

Honey Bread was popular too. She got her name from her glossy complexion which was exactly the same shade as honey. Honey often got into sticky situations but since she was so nice, everyone always forgave her. Her brother, Super Bread, was probably the fairest boy in class and was very smart too. He always had the right answers to everything.

Their cousin Bread Stick was very tall and slim and she was sure that she was going to be a famous fashion model someday.

niya ay puro puti, parang *icing* ng keyk. Sa ibang araw naman, kulay tsokolate ang suot ni Doughnut o kaya kulay ng *strawberry milkshake.*

Si Honey Bread ay sikat din at ang kutis niya ay parang pulut-pukyutan. Madalas siyang napapahamak pero dahil sa siya'y mabait, pinagbibigyan siya ng lahat. Ang kapatid niya na si Super Bread ay ang pinakamaputing lalaki sa klase at ubod siya ng talino.

Ang pinsan nilang si Bread Stick ay matangkad at balingkinitan. At sigurado niyang magiging sikat na modelo siya balang araw.

All of Pan de Sal's classmates lived in beautiful homes. Croissant's parents had a lovely chalet on a hilltop, with a sweeping view of the countryside from one long end to one long end. Honey and Super Bread lived in a cozy cottage surrounded by a garden of roses, daisies and sunflowers. Muffin lived in a ranch house with windows framed by pink and white curtains that cascaded all the way down to the hardwood floor.

Magaganda ang lahat ng mga bahay ng mga kaklase ni Pan de Sal. Si Croissant ay may *chalet* sa tuktok ng burol na may magandang tanawin.

Sina Honey Bread at Super Bread ay nakatira sa bahay na pinaliligiran ng hardin ng mga rosas, daisies at mirasol. Si Muffin naman ay nakatira sa isang bahay na may kurtinang kulay rosas at puti na nakalaylay hanggang sa sahig.

And Pan de Sal? Poor me, she thought, every time she went home to the *nipa* hut she shared with her parents and younger brothers. Not only that. She also had to walk to school every day, across a rice field, past a river, and up and down the hillsides. At first her father walked with her to school, but when she learned the way, she had to go alone. After days of doing that, her legs no longer ached and she even found a secret trail that cut through the meadows and brought her to school much faster.

SCHOOL

At si Pan de Sal? Kawawa naman ako, isip niya, tuwing umuuwi siya sa bahay kubo na tirahan nila ng kanyang mga magulang at mga mas batang kapatid na lalaki. Hindi lang iyon. Kailangan din niyang maglakad papuntang eskuwela, patawid ng palayan, isang ilog at paakyat at pababa sa may gilid ng burol. Noong una sinasamahan siya ng kanyang ama. Pero nang natutunan na niya ang daan, mag-isa na lang siya. Pagkaraan ng ilang araw, di na sumasakit ang kanyang mga binti at nakahanap pa siya ng mas mabilis na daang papuntang eskuwela.

Their *nipa* hut had bamboo slats for floor, and doors made of *sawali*. Sometimes the cold wind would blow through the flimsy walls so to keep warm, Pan de Sal and her brothers would huddle under the blankets that their grandmother had woven for them.

On weekends and after school, Pan de Sal had to do her share of the household chores. She washed all the dishes by hand, with water from a pail that her father fetched from a nearby well. To polish the floor, Pan de Sal and her mother used large leaves plucked from a tree, which removed all the dirt and made the floor look so shiny and bright.

Ang sahig sa bahay nina Pan de Sal ay gawa ng kawayan at ang mga pinto naman ay sawali. Kung minsan, pag malamig ang hangin, nag-uumpukan sila gamit ang mga kumot na hinabi ng kanilang lola.

Tuwing Sabado at Linggo at pagkatapos ng klase, tumutulong si Pan de Sal sa bahay. Naghuhugas siya ng pinggan gamit ang tubig na iniigib ng kanyang ama sa malapit na balon. Para kumintab ang kanilang sahig, gumagamit sila ng nanay niya ng malalaking dahon na galing sa isang puno.

Television and radio were way too expensive for them, so for entertainment, the family would sing together in the evenings. Their mother taught Pan de Sal and her brothers all the songs she had learned as a child and the family would often gather after supper to hear her sing of immortal love, of the happy life in the countryside and of an old pair of wooden shoes.

Pan de Sal was gifted with her mother's lovely singing voice. In school, music was her favorite subject and she would have joined the Glee Club, except she was too shy to audition.

Masyadong mahal ang telebisyon at radyo para sa kanila kaya naman ang kanilang aliwan sa gabi ay ang pagkanta. Tinuruan sila ng kanilang ina ng lahat ng kantang alam niya, tungkol sa pag-ibig na walang hanggan, sa masayang buhay sa kabukiran at sa isang pares na lumang bakya.

Namana ni Pan de Sal ang ganda ng boses ng kanyang ina. Sa eskuwela, ang paborito niya ay musika. Gusto sana niyang sumali sa Glee Club, pero nahihiya siyang sumali.

Neither did Pan de Sal and her brothers have expensive toys. Instead they made up their own games. They loved running in the open fields surrounding their *nipa* hut, climbing up trees and playing *sipa*. Pan de Sal and her brothers had different kinds of *sipa* at home, which they would make out of old newspapers or brown paper bags.

Pan de Sal's favorite *sipa* was a dainty pink and white one, which she had made out of the paper buntings left over from the town *fiesta*. Often when they finished their chores early, Pan de Sal and her brothers would play *sipa* in their backyard. She became so good at it that she could kick the *sipa* up in the air all of one hundred times without letting it fall to the ground.

Wala ring mamahaling laruan sina Pan de
Sal at ang mga kapatid niya. Kaya gumawa na
lamang sila ng mga sariling laro. Gustong gusto
nilang tumakbo sa malawak na bukid sa may bahay
kubo nila, umakyat sa puno at maglaro ng sipa na gawa
nila mula sa lumang diyaryo o supot.
      Ang paboritong sipa ni Pan de Sal ay ang kulay rosas na ginawa
niya mula sa banderitas na naiwan noong piyesta ng bayan.
Madalas, kapag natatapos nila nang maaga ang gawaing-
bahay, naglalaro na sila ng sipa. Naging napakagaling niya
sa paglaro ng sipa.

One day the class went on a field trip with their teacher, Miss Floures. The school driver, *Mang Baking*, drove them to a nature park where they could learn all about trees, flowers, and insects. There they saw all kinds of fruit trees like mango and star apple, flowering plants like *rosal* and *sampaguita*, as well as colorful dragonflies, butterflies, ladybugs, and grasshoppers. Pan de Sal knew most of these creatures because they were plentiful in the fields where she and her brothers played on weekends.

Isang araw, nagpunta ang klase ni Pan de Sal sa isang ekskarsyon, kasama ang kanilang guro na si Binibining Floures. Dinala sila ng tsuper na si Mang Baking sa isang liwasang kalikasan kung saan mayroong sari-saring punong kahoy tulad ng mangga at atis, mga halamang namumulaklak tulad ng rosal at sampaguita, at mga makulay na tutubi, paruparo, salagubang at tipaklong. Alam ni Pan de Sal lahat ng mga ito dahil marami sila sa bukid kung saan siya naglalaro.

"Eeek!" Croissant shrieked when a wriggling insect landed on her.

"Don't be afraid," Pan de Sal said. "It's only a dragonfly. Look, I can even catch it, and it won't bite." Pan de Sal closed her thumb and forefinger on the dragonfly's wings and held it up for Croissant to see.

"Gross!" Croissant said as she looked away, but by this time, Super Bread and Doughnut had joined them and were fascinated by the dragonfly.

"Wow, you're brave," said Super Bread, and Pan de Sal felt strangely proud of herself, though it was really no big deal. Why, one time she had even caught a whole army of dragonflies, which she kept in a bottle before setting them free.

"Eeek!" sigaw ni Croissant nang may isang insektong dumapo sa kanya.

"Huwag kang matakot," sabi ni Pan de Sal. "Tutubi lang 'yan. Hindi siya nangangagat." Hinuli ni Pan de Sal ang tutubi sa pakpak nito at ipinakita kay Croissant.

"Kadiri! " sabi ni Croissant papalayo ng tingin. Tuwang tuwa naman sina Super Bread at Doughnut sa tutubi.

"Wow, ang tapang mo," sabi ni Super Bread. Nagalak si Pan de Sal sa sarili niya. Sa totoo lang, minsan ay nakahuli pa nga siya ng isang katerbang tutubi na inilagay niya sa bote bago niya pinakawalan.

When it was time for lunch, they all sat down on the picnic grounds and opened their lunch boxes. Out came the hamburgers and French fries, the spaghetti, fried chicken and pizza, all neatly wrapped in aluminum foil. Croissant had a cheese soufflé, while Bread Stick brought fettuccine with cream sauce.

Suddenly Pan de Sal felt ashamed of her brown paper bag. In it, she had rice, fish broiled in tomatoes and onions and chicken *adobo*, all wrapped in banana leaves. Her mother had made sure Pan de Sal brought plenty of food so she could share them with her classmates, and her brothers had tucked in some bananas which they had picked from the tree in their backyard. Pan de Sal loved this food but compared to those of her classmates, the rice and the fish and the *adobo* and the bananas suddenly looked so…humble.

Nang oras na ng tanghalian, inilabas ng lahat ang kanya-kanyang baon. Mayroong hamburger at French fries, spaghetti, pritong manok at pizza na nakabalot sa aluminum foil. Si Croissant ay may dalang cheese soufflé, habang si Bread Stick naman ay may dalang fettuccine.

Biglang nahiya si Pan de Sal sa dala niyang supot na may kanin, inihaw na isda na may kamatis at sibuyas at adobong manok na nakabalot sa dahon ng saging. Naghanda ang kanyang nanay ng sapat na pagkain para mabigyan niya ang kanyang mga kaklase. Mayroong pang saging na pinitas ng kanyang mga kapatid sa bakuran. Gustung gusto ni Pan de Sal ang pagkaing ito, pero sa harap ng mga baon ng iba, ang kanin, isda, adobo at saging ay biglang nagmukhang…kawawa.

"Aren't you going to eat?" Miss Floures asked Pan de Sal.

"Uh...I...forgot my *baon*," she lied.

"Oh, but you must eat or you'll go hungry. Here, have some of my barbecue," Miss Floures gave her slices of charcoal-broiled pork on bamboo skewers.

"Hindi ka ba kakain?" tanong ni Binibining Floures kay Pan De Sal.

"Ay, nakalimutan ko ang aking baon," nagsinungaling si Pan de Sal.

"Pero dapat kang kumain o magugutom ka. Eto, kumain ka ng barbekyu."

"Have some fettuccine," Bread Stick offered.

"And some fried chicken," said Doughnut.

Soon everyone was sharing their *baon* with her. Pan de Sal felt grateful and sad at the same time. If only she could share her food with her classmates, too.

"Eto'ng fettuccine," bigay naman ni Bread Stick.

"At pritong manok," sabi ni Doughnut.

Lahat ay nagbigay ng pagkain kay Pan de Sal. Nagpasalamat man si Pan de Sal, nalungkot din siya. Sana makapagbigay din siya ng pagkain sa kanyang mga kaklase.

When lunch was over, the children piled into the bus and *Mang* Baking got into the driver's seat to take them back to school. They had driven only for a few minutes when suddenly the bus stopped. *Mang* Baking got out and looked at the engine. He poked and he tapped and he poked and he tapped but he could not figure out what was wrong. They were on a lonely country road with no house in sight. Finally he decided to go for help.

"Stay here while I look for the nearest gas station," *Mang* Baking told Miss Floures and the children.

At first they all sat very still but before long, everyone grew restless. "*Mang* Baking sure is taking a long, long time," Danish said.

"I'm bored," complained Honey Bread. "I wish there was something we could do."

"Why don't we play a game?" Miss Floures suggested.

"But what game?" Honey Bread asked. "We didn't bring our computer games and stuff."

"And I forgot my Frisbee," Doughnut said.

Pagkatapos ng tanghalian, sumakay sila sa bus para ibalik na sila sa eskuwela ni Mang Baking. Pagkaraan ng ilang minuto, biglang huminto ang bus. Sinubukan ni Mang Baking ayusin ang makina pero hindi niya mawari kung ano ang problema. Kaya nagpasya itong maghanap ng tulong.

"Maghintay kayo rito habang maghahanap ako ng pinakamalapit na gasolinahan," sabi ni Mang Baking.

Sa umpisa, tahimik ang mga bata. Pero sila ay nainip. "Ang tagal naman ni Mang Baking," sabi ni Danish.

"Naiinip na ako," ani Honey Bread. "Sana may magawa naman tayo."

"Ba't hindi tayo maglaro?" mungkahi ni Bb. Floures.

"Anong laro? " tanong ni Honey Bread. "Wala kaming dalang computer."

"At nakalimutan ko ang aking Frisbee," sabi ni Doughnut.

"I have my *sipa*!" Pan de Sal suddenly volunteered.

"*Sipa*?!" Everyone turned to look at Pan de Sal. "What in the world is that?"

"Uh, it's a … little toy," Pan de Sal suddenly wished she hadn't spoken.

"Well, show it to us,' said Miss Floures. "We may be able to learn to play it, too."

Pan de Sal fished out the *sipa* from her pocket. It was her favorite *sipa*, the frilly pink and white one she had made from the paper buntings left over from the town fiesta.

"Far out!" said Danish. "But how do you play it?"

"Dala ko ang aking sipa," biglang sabi ni Pan de Sal.

"Sipa?" tanong ng lahat. "Ano 'yon?"

"Uh, isang maliit na laruan." Biglang nagsisi si Pan de Sal sa pagsasalita.

"Sige na ipakita mo sa amin," sabi ni Bb. Floures. "Baka matutunan namin."

Inilabas ni Pan de Sal ang kanyang paboritong sipa na galing sa banderitas sa piyesta ng bayan.

"Ang galing naman!" sabi ni Danish. "Pero paano 'yan nilalaro?"

Everyone got down from the bus so Pan de Sal could show them how. She kicked the *sipa* up in the air with her foot, once, twice, and several more times until she reached a count of twenty. "Wow, that's really neat!" said Muffin. "Can I try it too?"

Soon everyone was having fun playing with the *sipa*. "This sure is a great game!" Bread Stick said.

"And it's good exercise too," Super Bread pointed out.

Even Miss Floures tried the *sipa* a few times and laughed when she could reach only a score of ten. But everyone marveled when Pan de Sal was able to kick the pink *sipa* up in the air all of one hundred times.

"Wow! You sure are great at playing *sipa*," Bread Stick said.

"I've had a lot of practice," Pan de Sal explained, remembering all those times when she and her brothers played *sipa* on weekends.

Lahat ay bumaba ng bus para mapanood nila kung paano laruin ang sipa. Sinipa ni Pan de Sal ang sipa ng maraming beses hanggang sa umabot ng bilang na 20.

"Wow, ang galing," sabi ni Muffin. "Pwede ko bang subukan?"

Lahat ay naaaliw sa sipa. "Ang galing ng larong ito," sabi ni Bread Stick.

"At mahusay na ehersisyo," sabi ni Super Bread.

Sinubukan din ni Bb. Floures maglaro at napatawa nang umabot lang sa 10 ang kanyang pagsipa. Pero lahat ay namangha nang umabot na isang daang beses ang sipa ni Pan De Sal.

"Wow! Ang galing," sabi ni Bread Stick.

"Nasanay na kasi ako," paliwanag ni Pan de Sal.

After the game everyone was hungry again. But they had all eaten their lunch and had nothing left to eat. Pan de Sal spoke up once more. "I have some food in my paper bag if you want them," she offered shyly.

"Well, take it out and we can all share them," Miss Floures said.

Pan de Sal opened the banana leaves and spread out the rice, the broiled fish and the *adobo*. "Hey, this is yummy!" said Doughnut, as he spooned a bit of *adobo* and some rice. "I've never tasted such great food in my life."

The others also loved the broiled fish and feasted on the sweet bananas. "Fresh fruit is good for the health," Super Bread told everyone between mouthfuls of food.

"Why didn't you tell us you brought along some food?" Miss Floures asked Pan de Sal.

"I was too ashamed," Pan de Sal admitted. "I thought you might find this food yucky."

Pagkatapos nilang maglaro, lahat ay nagutom uli. Pero nakain na nila ang kanilang baon. Nagsalita muli si Pan de Sal. "Mayroon akong pagkain kung gusto niyo," sabi niya.

"O sige, ilabas mo nang mapaghatian natin," sabi ni Bb. Floures.

Inilatag ni Pan de Sal ang kanin, inihaw na isda at adobo. "Uuy, ang sarap nito," sabi ni Doughnut habang sumusubo siya ng adobo at kanin.

Nasarapan din ang lahat sa isda at matamis na saging. "Ang sariwang prutas ay mainam sa kalusugan," sabi ni Super Bread.

"Bakit hindi mo sinabi na may pagkain ka pala?" tanong ni Bb. Floures.

"Nahiya ako," inamin ni Pan de Sal. "Akala ko ay mapapangitan kayo sa pagkaing ito."

"Oh but this is a great change from all the soufflés, quiches and bisques that we have at home. You should give us the recipes," said Croissant.

Pan de Sal glowed. How wonderful to be able to share something with her classmates!

After they had eaten, the children sat cozily together to rest and wait for *Mang* Baking.

"Who knows how to sing?" Miss Floures asked.

"Not me," Muffin croaked. "I almost flunked music."

"Not me either," Super Bread admitted. "I'd rather play scrabble."

"Perhaps Pan de Sal can sing," suggested Danish. "I heard her humming once in school."

Soon Pan de Sal was singing a *kundiman*.

"Pero ibang-iba ito sa mga pagkain namin sa bahay. Pwede bang malaman kung paano niluluto ang mga ito?" sabi ni Croissant.

Nagningning si Pan de Sal. Ang inam na may maibahagi siya sa kanyang mga kaklase.

Pagkatapos kumain, lahat ay naupo at naghihintay kay Mang Baking.

"Sinong marunong kumanta?" tanong ni Bb. Floures.

"Hindi ako," sabi ni Muffin. "Muntik na akong lumagpak sa musika."

"Hindi rin ako," amin ni Super Bread. "Mas gusto kong maglaro ng Scrabble."

"Baka marunong kumanta si Pan de Sal," mungkahi ni Danish. "Narinig ko siyang humuhuni minsan sa eskuwela."

Di nagtagal, kumakanta na si Pan de Sal ng kundiman.

Pan de Sal sang and sang all the songs her mother taught her.

Kinanta nang kinanta ni Pan de Sal ang lahat ng mga kantang itinuro ng kanyang ina.

The children were in turn amused and amazed at Pan de Sal's songs. They had no idea that their classmate, who hardly spoke a word to anyone, could sing so beautifully. They clapped after every song and sat on the edge of their seats so they could hear Pan de Sal better. Before long, her beautiful voice lulled them into sweet slumber.

Naaliw at namangha ang mga bata. Hindi nila akalain na ang kanilang kaklase na bihirang magsalita ay napakaganda palang kumanta. Pumalakpak sila sa bawat kanta at umupo sa gilid ng silya para mas marinig nila si Pan de Sal. Di umano, nakatulog sila sa ganda ng kanyang boses.

"Pan de Sal, you sing so well. You should join the Glee Club," Miss Floures whispered. "On Monday, I'll accompany you to Miss Kanta personally and tell her what a great singing voice you have."

"Oh thank you, Miss Floures," said Pan de Sal. "I've always wanted to join the Glee Club. Only I was too shy to try out."

"Pan de Sal, ang galing mong kumanta. Dapat ay sumali ka sa Glee Club," bulong ni Bb. Floures. "Sa Lunes, sasamahan kita kay Bb. Kanta at sasabihin kong napakaganda ng iyong boses."

"Salamat. Matagal ko nang gustong sumali sa Glee Club. Kaya lang ay nahihiya ako."

"Nonsense," said Miss Floures. "You needn't be afraid. Just now you've made your classmates so happy with your songs. Think what you can do if you sing for a bigger crowd."

Soon *Mang* Baking arrived with a mechanic. They poked and tapped and poked and tapped the engine and finally the bus hummed to life. They were on their way back to school.

"Hindi ka dapat mahiya," sabi ni Bb. Floures. "Huwag kang matakot. Ngayon nga ay napasaya mo ang iyong mga kaklase. Ano pa kaya ang magagawa mo kung kumanta ka para sa mas maraming tao."

Sa wakas, dumating na rin si Mang Baking na may kasamang mekaniko. Inayos nila ang makina at muling umandar ang bus. At pabalik na sila sa eskuwela.

"Pan de Sal, you saved the day!" Miss Floures said as they got down from the bus. "You've taught us a great game, fed us delicious food, and sang for us many beautiful songs. You're one of my best students in class!"

"That's for sure!" Bread Stick, Croissant, and Danish chorused.

"You're all rrrright!" the others exclaimed.

"Pan de Sal, nailigtas mo ang araw," sabi ni Bb. Floures. "Tinuruan mo kami ng magandang laro, pinakain mo kami ng masasarap na pagkain at kinantahan mo kami ng magagandang kanta. Isa ka sa mga pinakamahusay na estudyante ko."

"Tama 'yan," sabi nina Bread Stick, Croissant at Danish.

"Ang galing mo!" sigaw ng iba.

That afternoon, Pan de Sal rushed to their *nipa* hut, her heart full of happiness and joy. She no longer felt like the odd one out in school. For now, she felt unique, a person like no other, with something wonderful she can share with others. And she can finally join the Glee Club!

"Hmmmm. Maybe I like the name Pan de Sal after all," she told herself as she helped her mother prepare their supper.

Noong hapong iyon, dali-daling umuwi si Pan de Sal na puno ng ligaya. Pakiramdam niya, hindi na siya kakaiba sa eskuwela. Siya ay may sariling katangiang maaari niyang ibahagi sa iba. At sa wakas, makakasali na rin siya sa Glee Club!

"Hmmm. Tila gusto ko na ang pangalang Pan de Sal," sabi niya sa sarili habang tinutulungan niya ang nanay niya sa paghahanda ng hapunan.

Pan de Sal and her friends were all given names of breads and pastries. But if they weren't people, you'd find them in bakeries and pastry shops and here's what they'd be:

Pan de Sal  An oval-shaped bun that's just slightly salty (translated from Spanish, it means bread of salt). It has a brown top and a soft, fluffy interior. It's sometimes called the national bread of the Philippines.

Croissant A crescent-shaped roll made with lots of butter. It has a flaky top and a puffy interior that's sometimes stuffed with cheese or chocolate.

Danish A sweet, sometimes round-shaped buttery pastry flavored with vanilla or cardamom. It has fillings such as fruits, raisins, cheese, and nuts.

Muffin A type of pastry similar in shape to a cupcake. It can be sweet when made with fruits such as blueberries, bananas, and apples, but some types of muffins, such as corn or zucchini muffin, are not so sweet.

Doughnut A round pastry with a hole in the middle. Some doughnuts are glazed with frostings such as vanilla, chocolate or strawberry, while others simply have a sprinkling of sugar on top.

Honey Bread A sweet bun dipped in honey so it has a shiny amber color.

Super Bread  A bread of the author's imagination. It's like a white, rectangular sandwich bread but it's loaded with vitamins and minerals.

Bread Stick  A long, thin crisp bread that can be served as an appetizer, a snack, or as a companion to a pasta meal.

Published by Tuttle Publishing, an imprint of Periplus Editions (HK) Ltd.

www.tuttlepublishing.com

ISBN 978-0-8048-4754-4 (Bilingual Edition)
ISBN 978-0-8048-4078-1 (English Edition)

Printed in Hong Kong

First Edition
25 24 23 22 21 20   9 8 7 6 5 4 3   2005EP

Distributed by:

THE TUTTLE STORY
"Books to Span the East and West"

Our core mission at Tuttle Publishing is to create books which bring people together one page at a time. Tuttle was founded in 1832 in the small New England town of Rutland, Vermont (USA). Our fundamental values remain as strong today as they were then—to publish best-in-class books informing the English-speaking world about the countries and peoples of Asia. The world has become a smaller place today and Asia's economic, cultural and political influence has expanded, yet the need for meaningful dialogue and information about this diverse region has never been greater. Since 1948, Tuttle has been a leader in publishing books on the cultures, arts, cuisines, languages and literatures of Asia. Our authors and photographers have won numerous awards and Tuttle has published thousands of books on subjects ranging from martial arts to paper crafts. We welcome you to explore the wealth of information available on Asia at www.tuttlepublishing.com.

North America, Latin America & Europe
Tuttle Publishing
364 Innovation Drive
North Clarendon,
VT 05759-9436 U.S.A.
Tel: 1 (802) 773-8930
Fax: 1 (802) 773-6993
info@tuttlepublishing.com
www.tuttlepublishing.com

Japan
Tuttle Publishing
Yaekari Building, 3rd Floor
5-4-12 Osaki, Shinagawa-ku,
Tokyo 141 0032
Tel: (81) 3 5437-0171
Fax: (81) 3 5437-0755
sales@tuttle.co.jp
www.tuttle.co.jp

Asia Pacific
Berkeley Books Pte Ltd.
3 Kallang Sector #04-01
Singapore 349278
Tel: (65) 6741 2178
Fax: (65) 6741 2179
inquiries@periplus.com.sg
www.tuttlepublishing.com

Acknowledgement for pages 20-21:
Musical notations by Raul M. Sunico
Musical compositions by Mike Velarde & Dominador Santiago (Dahil sa Iyo); Manuel Velez (Sa Kabukiran); and Santiago Suarez & Simplicio Suarez (Bakya Mo Neneng)

Pan de Sal Saves the Day won first prize in the Carlos Palanca Memorial Awards for Literature, the most prestigious literary competition in the Philippines. This competition was established by the heirs of Don Carlos Palanca Sr. to commemorate him through works of literature that enhance the country's cultural heritage.

Norma Chikiamco writes for several leading newspapers and magazines in the Philippines. Apart from winning first prize in the Carlos Palanca Memorial Awards for Literature for *Pan de Sal Saves the Day*, she has received an Outstanding Journalism Award from the ANZ Chamber of Commerce and a National Book Award from the Manila Critics Circle. She has also written a series of cookbooks on Filipino cuisine.

Mark Salvatus is a freelance illustrator and graphic designer based in Manila. Two children's books he illustrated have won awards from the Philippine Board for Books for Young People (PBBY) and the National Book Awards-Manila Critics Circle.